கரையேறும் கவிதைகள்

ச.முகிலன்

aelay
publish

aelay publish

கரையேறும் கவிதைகள்
கவிதை
ஆசிரியர் : ச.முகிலன் 2022 ©
முதல் பதிப்பு : டிசம்பர் 2022
வெளியீடு : ஏலே பதிப்பகம்
5/175, பாத்திமா நகர், கூத்தென்குழி,
திருநெல்வேலி - 627104
தொடர்புக்கு : +91 9944992571

Karaiyerum Kavithaikal
Poetry

First Edition : December 2022

ISBN : 978-93-5533-409-1
Aelay Publish
Contact : +91 9944992571
Designed by : Aelay publish team

சமர்ப்பணம்

ஈன்றெடுத்த அன்னைக்கும்
இருண்மை நீக்கிய தந்தைக்கும்

நன்றி

ஆசிரியர். திரு.இரா.பிரபாகரன்,

ஆசிரியர். திரு.மு.சங்கர் கணேசு,

ஆசிரியர். திரு. ச.கமலஹாசன்,

ஆசிரியர். திரு.வே.கருப்பசாமி,

ஆசிரியை.திருமதி. த.முருக ஜோதி,

ஆசிரியர் மற்றும் கவிஞர். திரு.ஜெ.பார்த்திபன்,

கவிஞர். திரு.க.மணிமாறன்,

எழுத்தாளர். திரு.இராஜேஷ் இராதாகிருஷ்ணன்,

எழுத்தாளர். திருமதி.சுனிதா மோகன்தாஸ்,

எழுத்தாளர். திருமதி.பத்மினி கணேசன்.

கவிதாயினி. செல்வி.ச.கவிநிலா

படத்தொகுப்பாளர். திரு.இ.ஹென்றி செல்வம்,

மருத்துவர். திரு.ந.காசிராஜன்,

திரு.பா.சுரேஸ்,

திரு.செ.முனி ராஜபாண்டி.

கரைசேரும் கனவுகள்

கவிஞர் முகிலன் எழுதிய கவிதைகள் இதோ கரை சேர்ந்திருக்கின்றன. அலைகளாய் அவர் மனதில் ஆரவாரம் செய்துகொண்டிருந்த உணர்வுகள் இதோ வலைகளாய் மாறி வாசிக்கும் வாசகர்களை லயித்துப் போகச் செய்து கொண்டிருக்கின்றன. வாசிப்பவரை நேசிப்பவராய் மாற்றிக் கொண்டிருக்கின்றன.

"எத்தனை பெரிய இடர் வந்தாலும் துணைக்கொள்
நல்லறிவினை
தடைகள் பல நேர்ந்தாலும் தகர்த்தெறி
தன்னம்பிக்கை துணையோடு "

என்று முகிலன் முரசு கொட்டுகிறார். முரசொலி கேட்கிறது முத்தமிழ் வீடுகளில். கவிதைகள் இதயத்தில் தோன்றினால் போதாது. எழுதப்பட வேண்டும். எழுதப்பட்டால் போதாது. அச்சேறி நூலாகி வாசிக்கும் நேயர்களால் உச்சரிக்கப்பட வேண்டும். வாசிக்கும் அன்பர்களால் நேசிக்கப்பட வேண்டும். இதோ கவிஞர் முகிலன் எழுதிய கவிதைகள் சமுதாயத்தின் வாளாக மாறி நூலாகியிருக்கின்றன.

"தந்தை அன்று போதித்த வாசகமே
என் திருவாசகம் "

என்று முழக்கமிடும் போது எனக்குள் என் தந்தையின் குரல் கேட்கிறது.

வாசிப்பவர்களுக்கும் தந்தையை நேசிப்பவர்களுக்கும் இந்த வரிகளை படிக்கும் போது தந்தையின் முகம் நினைவில் வந்து நீராடும்.

பெற்ற பிள்ளைகளுக்கு தின்பண்டங்களை வாங்கிக் கொண்டு வீட்டிற்குள் நுழையும் தந்தையாய் தன் குஞ்சுகளுக்கு உணவு கொண்டு செல்லும் தாய்ப்பறவையை தரிசிக்கிறார் கவிஞர்.

இளைஞர்களின் இதயத்தில் முண்டியடித்து முதலில் இடம் பிடிக்கும் உணர்வு - காதல். கவிதை எழுதுபவரை விட்டுவிடுமா? இதோ

"மார்கீறும் அம்புகளோ
மரணம் அளிக்கும்
உன் கூர்விழி அம்புகளோ
ஜனனம் அளிக்கும்"

என்று காதலியின் காதோடு பேசுகிறார் கவிஞர்.

"உதட்டைப் பூட்டி வையடி
அதன் வரிகளுக்கே நீ
வரி செலுத்த நேரிடலாம்"

என்ற கவிதையை நான் மிகவும் ரசித்தேன். காதலி உதடுகளின் புகைப்படம் இந்த கவிதையில் ஓவியமாய் உட்கார்ந்திருக்கிறது.

காதல் மட்டுமல்ல நட்பையும் கவிஞர் கொண்டாடி மகிழ்கிறார்.

"குறும்புகளை ரசித்து
குறைகளை விமர்சித்து
குவலயம் மதிக்கும்
மனிதனாய் என்னை
மாற்றியது நட்பு"

உலகின் எந்த மூலையில் உட்கார்ந்திருப்பவனையும் விசா இல்லாமல், 'கடவுச்சீட்டு' இல்லாமல், விமானம் இல்லாமல் உடனே கொண்டு வந்து நம் அருகில் உட்கார வைத்து விடும் ஆற்றல் 'நட்பு'க்கு உண்டு. அந்த நட்பை ஆராதனை செய்கிறார் முகிலன்.

"வேறொரு தாயின்
வயிற்றில் பிறந்தாலும்
சாய்ந்து கொள்ள
மடி தரும் தாய் நீ
குறும்புகளை ரசித்து
குறைகளை விமர்சித்து
குவலயம் மதிக்கும்
மனிதனாய் என்னை
மாற்றியது நட்பு !"

என்று நண்பர்களை நினைத்துக் கவி பாடும் மனம் எத்தனை பேருக்கு வரும்? முகிலனுக்கு வந்திருக்கிறது!. பௌர்ணமி பார்வையைப் பாருங்கள் முகிலனின் தன்னம்பிக்கையை காட்டும் வரிகள் இது.

"ஒப்பனை பூசி வரும்
உறவுகளிடம் பயமில்லை
சாயம் விரைவில்
வெளுத்து விடும் என்பதால்".

'தியாகம் என்றொரு கவிதை'
"கனியின் ருசியை சிலாகிப்பவர் அறிவதில்லை வேரின்
தியாகத்தை "
மனிதனாய் உலவும் ஒவ்வொரு மகனும் படித்துத்
துடித்துப் போக வேண்டிய கவிதை இது.

காதலியை நினைத்துக் கண்கலங்கும் ஒரு காதலனின் கவிதை இது

"மலரொன்று நீ கேட்டாய் மலர் வளையமே நான்
தருகிறேன்"

சமுதாயத்தைப் படம் பிடித்துக் காட்டும் சாட்டையடி கவிதை இது.

"உடைந்த பொம்மைகளோடு
மட்டுமே விளையாடும்
பொம்மை விற்பவனின் குழந்தை".

"அடுத்த வேளை உணவிற்காக
ஏங்கும் உழவனின் குழந்தை".

கூட்டிக் கழித்துப் பார்த்தால் நம்மை குமுற வைக்கும் கவிதைகளையும் குதித்து மகிழ வைக்கும் கவிதைகளையும் எழுதி நம் மனதில் இடம் பிடிக்கிறார் கவிஞர் முகிலன்.

வாழ்த்துவோம் !
புதிய கவிஞனுக்கு
வரவேற்புச் சொல்வோம்!

கவிவேந்தன் மு.மேத்தா
சென்னை

வாசிப்பவரை நேசிப்பவராக்கும் கவிதைகள்

வாசித்தேன்..
தம்பி முகிலனின்
"கரையேறும் கவிதைகளை" ..!
ருசித்தேன் அவற்றை
குறையேதும் இல்லாமலே.

அவர் தம் "கரையேறும் கவிதைகளில்"
கரையேறுவது..கவிதைகள் மட்டுமல்ல..
அவர் தம் ஆசைகளும்...
அனுபவங்களும் தான்.
உணர்வுகளும்... உறவுகளும் தான்.

எதார்த்தமான
எழுத்துக்களின் மூலம்
தன் அனுபவங்களைப் பகிர்ந்து
தன்னை ஒரு எதார்த்தக் கவிஞன் என்றே
அடையாளப்படுத்துகிறார்.

ஒரு பள்ளி ஆசிரியர்
கவிதை ஆசிரியராய் கரையேறுவது
காலத்தின் கட்டாயம்.

ஓர் ஆசிரியர் கவிஞரானால்...
அவர் தம் மாணவர்களும் கவிஞர்களே..
புதுமையை உருவாக்கும் கலைஞர்களே....!

அந்த வகையில் ...
இவரிடம் பயிலும் மாணவர்களும்
கவிஞர்களாக ..கலைஞர்களாக
கரையேறுவர் என்பதில் சிறிதும் ஐயமில்லை.

"மலர்கள் கேட்டேன் வனமே தந்தாய்"
"கனவே கலையாதே"
என்று தலைப்புகளையே...
கவிதைகளாய் தந்திருக்கிறார் தம்பி முகிலன்.

நம் அனைவரின் வாழ்க்கைத்
தொடக்கமும் "தாய்" என்பதை உணர்ந்தே
இவர் தன் முத்தான முதல் கவிதையை "தாய்" என்ற
தலைப்பிலே தொடங்கியிருப்பது பாராட்டுக்குரியது.

"ஆழியின் அடியில்
அமிழ்ந்து கிடக்கும்
பருக்கைக் கல்லிடம்
தன் இதழால் செவியுரசி
ரகசியம் சொல்லும்
மீன் குஞ்சு போல
உன்னிடம் சொல்ல
ஏராளம் கதைகள் உண்டு
என்னிடம்."

என்ற கவிதை மூலம்...
வெளிச் சொல்ல முடியாமல்
வேதனைப்படும் காதலர்களுக்கு ஆறுதல்
தருகிறார்.

"நெருப்போடு தான்
எங்கள் வாழ்வு"

"அலுமினியப் பவுடரில்
அரிதாரம் பூசினோம்"

"பச்சிளங்குழந்தைக்கு
சீனி வெடியினாலே
சீனித் தண்ணி வைத்தோம்"

என்ற கவிதைகளின் மூலம்
இன்னுமே பலர்
பட்டாசு கொடுமைகளையே
பட்டாடையாய் உடுத்துகிறார்கள்
என்பதை
வேதனையோடு வெளிக் காட்டுகிறார்.

"சாதிக்கொரு வண்ணத்தில்
கயிறு கட்டுவதைத் தவிர்த்து
சாதிக்கத் தடையாய் இருக்கும்
வர்ணத்தைக் கயிறால் கட்டு" என்று
சாதிக்கயிறுக்கும் நீதி சொல்கிறார்
கவிஞர் முகிலன்".

"பெருக்கல் குறியை
'தவறென்று' தவறாக எண்ணாதே..
பெருகி வரும் என் அன்பை
வேறெப்படி நான் சொல்வேன்" என்று
கணக்குக் குறிகளுக்கும் காதல் சொல்வதன்
மூலம் கற்பித்தலையும் வெகுவாக இவர் காதலிக்கிறார்
என்பதை வெளிக்காட்டுகிறார்.

மின்வெட்டு..கிடாவெட்டு
ரணம்..துரோகம்..பலியாடு..
இப்படி ஒவ்வொரு கவிதைத் தலைப்பும்
ஒரு கதை சொல்லும் கவிதையாய்..
ஒளிர்கிறது.

சமூகம் ஏற்றத்தை நோக்கிய
மாற்றத்தைப் பெற...
இந்த முத்தான முதல்
படைப்புகள் போல் ..இன்னும் பல
சத்தான கவிதை படைப்புகள் ஈன்றிட..
வாழ்த்துகிறேன்.

ஆசிரியர். நல். வாஞ்சிநாதன்
பெரியகுளம்.

என் மனதின் குரல்

" உள்ளத்துள்ளது கவிதை - இன்பம்
உருவெடுப்பது கவிதை
தெள்ளத் தெளிந்த தமிழில் - உண்மை
தெரிந்துரைப்பது கவிதை "

என்ற கவிமணியின் வரிகளுக்கேற்ப என் உள்ளத்தில் அலைகளாய் ஆரவாரம் செய்து கொண்டிருந்த உணர்வுகளையே கவிதைகளாகப் படைத்துள்ளேன்.

பாலை(ளை) நிலத்தில் முளைத்த பூச்செடி என்பதால் தான் மலர இத்தனை காலம் ஆனதோ?. தாமதமாய் முகிழ்ந்தாலும் எவர் பார்வையிலும் படாத தப்பரும்பாக இல்லாமல் மலர்ந்த கவிதைகளை தேடிச் சேகரித்து மாலையாக அலங்கரித்து உங்கள் முன் சமர்ப்பித்துள்ளேன்.

இயந்திர வாழ்வின் இடையே இளைப்பாறுதலாய் , இருண்மைக்குள் பிரகாசிக்கும் சிற்றொளியாய், அகாலத்தில் ஒலிக்கும் அபயக் குரலாய் ஆறுதல் தருவன கவிதைகள்.

ஓரிமை மூடி ஓரிமை திறந்து குறித்த கோலியை குறிவைத்து தாக்குவது போன்றது எழுத்து.

கடல் அலையாய் தத்தளித்த உணர்வுகளான தாய்மை, தந்தையன்பு, பாசம்,காதல், பிரிவு, நட்பு, கண்ணீர், சமூகம்,இயற்கை ஆகிய பல்வேறு உணர்வுகளை கரை சேர்ப்பதால் இத்தொகுப்பிற்கு கரையேறும் கவிதைகள் என்று பெயரிட்டேன்.

கரையேறும் கவிதைகளுக்கு ஒளி தரும் கலங்கரை விளக்கம் போல முகப்புரையால் முகவரி தந்த பேராசிரியர் கவிவேந்தன் திரு.மு.மேத்தா அவர்களுக்கு எனது உளமார்ந்த நன்றிகள்.

அரும்பாகி மலரக் காத்திருந்த கவிதைத் தொகுப்பு மலர்வதற்காக வீசிய தேனித் தென்றல் ஆசிரியர் திரு.நல்.வாஞ்சிநாதன் அவர்களுக்கும் என் மனமார்ந்த நன்றிகள்.

எனது கவிதைத் தொகுப்பு நூலாக வெளிவர உறுதுணையாக இருந்த திரைப்பட இயக்குநர் திரு.ராஜா செல்லமுத்து அவர்களுக்கும் எனது நெஞ்சார்ந்த நன்றிகள்.

"உங்கள் ஒலிக் குறிப்புகளை வரிவடிவமாக மாற்றுங்கள்" என்று கூறி முதன்முதலில் என்னை எழுதத் தூண்டிய தோழரும் ஆசிரியருமான திரு.தா.பூர்ண வினோஸ் அவர்களுக்கு எனது நன்றியை உரித்தாக்குகிறேன்.

எனது கவிதை வரிகளை அச்சிட்டு இவ்வுலகிற்கு அறிமுகம் செய்யும் ஏலே பதிப்பகத்திற்கும், அதன் நிறுவனரும் கவிஞருமான. திரு. ஆஸ்ட்ரோ அவர்களுக்கும், இந்நூலை வடிவமைத்துத் தரும் சக நண்பர்களுக்கும் எனது நன்றிகள்.

முத்துக்குளிக்கச் சென்றவன் கைகளில் கிடைத்த முதல் நித்திலமே இக்கவிதைத் தொகுப்பு. இன்னும் பல முத்துகளை எடுத்து முத்துமாலையாக்கிட வேண்டுமென்பதே எனது அவா.

பிரியமுடன்,
ச.முகிலன்.

1. தாய்

உடலோடு உடல் சங்கமித்து
உண்டான ஒருயிரை
இமைப்பொழுதும் சோராமல்
ஈரைந்து திங்கள் காத்திருந்து
பிடித்தது உண்ணாது
வருத்தங்கள் எண்ணாது
சுமந்த சுமையை
சுகமாக்கிய நன்னாள்
நான் உன்னை
ஈன்றெடுத்த இந்நாள்
என் வாழ்வில் என்றும்
திருநாளே.

2. தந்தை சொல்

எத்தனை பெரிய
இடர் வந்தாலும்
துணைக்கொள்
நல்லறிவினை
தடைகள் பல
நேர்ந்தாலும் தகர்த்தெறி
தன்னம்பிக்கை துணையோடு
தந்தை அன்று
போதித்த வாசகமே
உண்மையில்
என் திருவாசகம்.

3. தமக்கை

மாதம் மூன்று நாட்கள்
தன் உதிரம் சிந்தும்
வயதை எட்டியவள்
தம்பியின் விரலில்
சிறுகீரல் வழிவந்த
உதிரம் கண்டு
மூர்ச்சையானாள்
தமக்கையும் அன்பில்
தாயானாள்.

4. தகப்பனின் தாய்மை

வேலை முடிந்து
செல்லும் வழியில்
பண்டம் வாங்கி
தன் பிள்ளைகள்
தூங்கிடுமுன் கொண்டு
செல்ல முனைந்திடும்
தகப்பனின் பதைபதைப்பில் உணரலாம்
கூடடையும் நேரத்தில்
அலகு நிறைய
தானியங்களைக் கூட்டிற்கு
கொண்டு செல்லும்
தாய்ப்பறவையின் தாய்மையை.

5. ரகசியம்

பூரணமாய் நிறைந்து நிற்பவளே
பூரித்து நிற்கிறேன்
உன் பேரழகைக் கண்டு
சற்றே உன் செவி கொடு
ஆழியின் அடியில்
அமிழ்ந்து கிடக்கும்
பருக்கைக் கல்லிடம்
தன் இதழால் செவியுரசி
ரகசியம் சொல்லும்
மீன் குஞ்சு போல
உன்னிடம் சொல்ல
ஏராளம் கதைகள் உண்டு
என்னிடம்.

6. அன்பெனும் சிறை

அன்றலர்ந்த மலரை
உள்ளங்கையில் பொத்தி
பாதுகாப்பது போல்
என்னை அத்தனை பாதுகாப்பாய்
பார்த்துக் கொண்டாய்
நானோ கூண்டில்
அடைபட்ட கிளியாய்
உனதன்பில் அடைந்து தவிக்கிறேன்..

7. கனவே கலையாதே

புல்லின் நுனியில்
பனித்துளி துயிலும்
வைகறைப் பொழுதில்
துயில் கலையாமல்
நான் கண்ட கனா
வாசல் தெளிக்க
நீ அள்ளித் தெளித்த
தண்ணீரின் ஒற்றைத் துளி
உன் பார்வையின்
பொருள் உணர்ந்து
என் நெற்றிப் பொட்டை
முத்தமிட்டதால்
முழுதாய்க் கலைந்ததே.

8. மனிதம்

மனிதம் இன்னும்
உயிர்ப்புடன் தான் இருக்கிறது
சிட்டுக் குருவியின்
ஒலியை இன்னுங்கூட மறவாமல்
அழைப்பு மணியில்
வைத்திருக்கிறோமே.

9. பால்யம்

தோப்புக்காரனுக்குத் தெரியாமல்
கல்லெறிந்து களவுசெய்து
நன்கு பழுத்த புளியம்பழத்தை பறித்து
பக்குவமாய் தோடு நீக்கி
இருவிரல் இணைத்து
காம்பைப் பிடித்து
குச்சி ஐஸ் போல சுவைத்து மகிழ்வோம்
சித்திரைத் திருவிழாவில்
நாயனம் வாசிக்க வந்தவர் முன்னின்று
எச்சில் ஊறும்
நாவை அடக்கிக் கொண்டு
நாயனம் ஊதவும் முடியாமல்
எங்களைத் திட்டவும் முடியாமல்
அவர் படும்பாடு
அவர் மட்டுமே அறிந்த ஒன்று.

10. பாராமுகம்

பெட்ரோல் விலை போல
உன்மீது
நான் கொண்ட காதல்
நாள்தோறும் வளர்கிறது
நீயோ
போக்குவரத்து காவலரைக் கண்ட
ஓட்டுநர் போல
பாராமுகம் காட்டுகிறாய்.

11. சிறுமி

முன்பல் விழுந்த சிறுமியின்
சிருங்காரச் சிரிப்பினிலே
பல்விடுக்கில் சிதறி வரும் காற்று
கவிதையும் இசையும் கலந்த
பேரின்பம் தருகிறதே.

12. கடைக்கண் பார்வை

கோவிலில் அலங்கார நேரத்தில்
அம்பாள் சன்னதியில் திரை மறைப்பு
வழிபாட்டிற்காக
என் எதிர்வரிசையில் நின்ற நீ
உன் கடைக்கண் பார்வையால்
வரம் தந்து சென்றாயே.

13. விழியம்புகள்

உன்
கூர்விழி அம்புகளால்
மார் துளைத்து
இதயம் நுழைந்தவளே
மார் கீறும் அம்புகளோ
மரணம் அளிக்கும்
உன் கூர்விழியம்புகளோ
ஜனனம் அளிக்கும்
ரகசியம் தான் என்ன.

14. குழல் வனப்பு

தவறான
முகவரி எழுதப்பட்ட
அஞ்சலட்டை போல்
உன் குழல் வனத்தில்
குழல்களின் வனப்பில்
வழியதை அறியாது
வெளியேற இயலாது
குழம்பித் தவிக்கிறேனடி.

15. நினைவுகள்

காலையில் கேட்கும்
பாடலின் நினைவுகள்
நாள் முழுவதும்
உடன் வருவதைப் போல
உந்தன் நினைவுகள்
உடன் வருகின்றன
ஆயுள் முழுவதும்.

16. காதல் பரிசு

பள்ளிப் பருவத்தில்
நீ உதிர்த்த உன் தலைமுடிகளில்
என்னிடம் கிடைத்த
ஒரு முடியை மட்டும்
மயிலிறகு வளர்ப்பது போல்
பொத்திப் பொத்தி நான் வளர்த்தேன்
என் நான்காம் வகுப்பு
கணிதப் புத்தகத்திற்குள்
பின்னாளில் நீ
என் இணையாக வந்த நாளில்
நான் உனக்களித்த
காதல் பரிசுகளில்
நீ மிக விரும்பியது
அந்த ஒற்றை முடியை மட்டுமே.

17. வெண்ணிலா

வெண்ணிலாவே
நதிக்குள் தவறி விழுந்த
உன்னைத் தேடுகிறேன் நித்தமும்
மறுமையில் மீனாகப் பிறந்து
என்னைச் சேர்வாயா.

18. பூக்காரி

கன்னி நீ
கண்ணிகளுக்குள் கன்னி வெடி வைக்கிறாய்
என்னைக் கட்டி வைக்கவே
இதழ்களில் அமுதம் தெளித்து
என்னை வாடாமல் காக்கிறாய்
எவர் என்னைக் கொண்டாடினாலும்
நீயே கொண்டாடியதாய்
களிப்புற்று விழியோரம் நீர் வடிக்கிறாய்
நாள் முழுக்க பின்னினாலும்
நளினம் குறைக்காமல் அன்பைச் சூட்டுகிறாய்
உன்னோடு சேர்ந்ததால்
நானும் மணக்கிறேன்
என் இனி(த)ய பூக்காரியே.

19. அந்த நாள் ஞாபகம்

முழுதாய் விடியாத அன்றைய காலையை
முந்தைய நாளின் பின்னிரவாய் எண்ணியே
மிச்சம் வைத்த நம் லீலைகளை
கலையெனக் கருதியே கருத்தாய் செய்தேன்
உன் முகப்பருக்களை புள்ளிகளாய் எண்ணியே
கோலமொன்று நானிட்டேன்
அதரத்தின் வண்ணமதை அளவாய் நானெடுத்து
அங்கம் எங்கிலும் சின்னம் பதித்தேன்
மலர்மீது இருந்த பனித்துளி பார்த்து
உன் முகப்பரு ஞாபகம் கொண்டேன்
அந்த நாள் ஞாபகம்
நெஞ்சினில் வந்ததே
நீ இல்லாத போதும்.

20. கோலம்

மார்கழி மாத
புலர் காலைப் பொழுதுகளில்
பூசு மஞ்சள் பூசி
தலை நீராடி
நுனிமுடியில் சிறு முடிச்சிட்டு
இளஞ்சிவப்பு இளமஞ்சள் நிறங்களில்
அணிந்த தாவணியுடன் பட்டுக் கன்னத்தை
தொட்டு உணர்வது போன்று
உன்னிரு விரல்களால்
கோல மாவை அள்ளி
இடுவாய் முறையாய் புள்ளி
அழகிய கோலமதை நீ இட
என் மனமோ அலங்கோலமானது.

21. ரோஜாச்செடி

நான் வளர்த்த
ரோஜாச் செடிக்கு நாள்தோறும்
நீர் ஊற்றினாலும்
வாடிய இலைகளைக் கண்டு
வாடினேன் நானும்
மேகத்தை களவு செய்து
மேலும் செடி வாடாமல்
மாரியைப் பொழியச் செய்யும்
மாபெரும் கனவு கண்டேன்.

22. காயங்கள்

துளையிட்ட மூங்கில்
குழலாகி தரும்
மெல்லிசை போல
காயங்கள் நிகழ்த்திடும்
மாயங்களை.

23. மிட்டாய் முத்தம்

மழலையை
அள்ளிக் கொஞ்சி
பிஞ்சுக் கன்னத்தில் முத்தமிட
முன்னரே குழந்தை உண்ட
மிட்டாய் எச்சிலின்
சுவையை என்னிதழ்கள் உணர்ந்தன.

24. புலர் காலை

சிட்டுக்குருவிகள் கீச்சிட
வெய்யோன் ஒளியில் முகம் கூசிட
சந்திரன் அதன் பணி முடித்திட
மனித எந்திரம்
இயங்கத் தொடங்கிட
நங்கை வாசல் தெளித்திட
காகம் எளிதாய் குளித்திட
தேநீர் கடையில் ஆவி பறந்திட
தேடாமல் நாமும் ஜீவி மறந்திட
இனிதாய் புலர்ந்தது
ஒரு காலைப் பொழுது.

25. தென்றல்

பூர்வீகம் இல்லையா
நீ வாழ
புள்ள குட்டி இல்லையா
உன்னைத் தேட
உறவு கொண்டு நொந்தாயா
துறவு பூண்டு வந்தாயா
சேருமிடம் மறந்தாயா
பயணச் சீட்டைத் தொலைத்தாயா
இலக்கின்றி திரிகிறாயே
என் இனிய பூங்காற்றே.

26. புரியாத புதிர்

உன் மௌனத்தை
வேய்ங்குழல் இசையாய்
மாயக் கண்ணன்
மொழி பெயர்த்தானோ
கண்ணனின் வேய்ங்குழல் இசையை
நீ மௌனமாய்
மொழி பெயர்த்தாயோ
புரியாத புதிர் தானடி
இறையும் இசையும்
நம் காதலைப் போல.

27. எதிர்பார்ப்பு

கோடைக்கால மழையின்
வருகையை உணர்த்தும்
இடியோசை போல
உனது வருகையை
கொலுசின் ஓசை
உணர்த்திச் செல்ல
கோடை மழையை
எதிர்பார்க்கும் உழவனாய்
உன் வருகையை
எதிர்பார்த்து காத்திருக்கிறேன்.

28. கிளிஞ்சல்

எல்லோரும் அலைகளை
ரசித்துக் கொண்டிருக்க
ஆங்கோர் குழந்தை
ஆர்வமாய் கிளிஞ்சல்களை
பொறுக்கிக் கொண்டிருந்தது.

29. அகம் புறம்

பாலை நிலத்தினிலே
பங்குனித் திங்களிலே
வெய்யோனின் தாக்கத்தாலே
வெந்ததடி
என் அகமும் புறமும்
சிங்காரச் சீமாட்டி
நீ கட்டி வந்த
வெங்காயச் சருகு சீலையுடன்
உன் வெண்தேகம் நனைவதை
விழிகள் கண்டு குளிர்ந்ததடி
என் அகமும் புறமும்.

30. மச்சம்

உன் பின்கழுத்து
மச்சமெனும் விதை முளைத்து
குழல் மரமாய் விரிந்து
என் இளைப்பாறுதலுக்கு
நிழல் தருகிறதே
கடைவாயின் மச்சத்தால்
பலனில்லை என எண்ணாதே
பட்டாம்பூச்சியாய் மாறி
அங்கு தான் நான்
இதழ்வழியும் தேனெடுக்க வருகிறேன்.

31. சாதி

தீட்டப்பட்ட
சாதிக்கூர்வாளினால்
திரளான காதல்கள்
உயிர் விடுகின்றன.

32. மலையாள மங்கை

தத்தித் தத்தி நீ பேசும்
தங்கத் தமிழில்
தஞ்சம் அடைந்தேன் உன்னிடம்
என் மனம் மயக்கிய
மலையாள தேசத்து மங்கையே

வான் நெற்றியில்
மஞ்சள் வண்ண நிலவாய்
நீ இட்ட சந்தனக் கீற்று
உன் தாலில் தவழ விரும்புதே
செந்தமிழ் ஊற்று

அரை குறையாய்
நீ பேசும் தமிழால்
ஓர் அகராதி பிறந்ததே புதிதாய்

இழுத்து இழுத்து
நீ பேசும் தமிழால் என்னை
இழுத்தாயே உன் வசம்
இரவல் சொல்லல்ல
இதுவே நிசம்.

33. கலைந்திடு நாணத்தை

அகம் புறமென
அத்தனையும்
பகுத்துக் கற்பித்தேன்
காமப் பாடத்தில்
கலக்கும் நேரத்தில்
கலகம் வேண்டாம்
கலக்கமும் வேண்டாம்
கலைந்திடு அனைத்தையும்
நாணத்தோடு சேர்த்து.

34. குடை

அன்றொரு மழைநாளில்
வீடுவந்து சேர்ந்த பின்
குடையிடம் கேட்டேன்
என்னைக் காக்க நீ நனைவதில்
உனக்கு வருத்தமில்லையா என்று
மழையில் நனைவதன்
இன்பமறியாத உனக்கு
குடையின் ரசனை மட்டும்
எப்படிப் புரியும்
என்று பதிலுரைத்தது குடை.

35. மலர்க்கூட்டம்

உன் குழலேறும்
மலரதை விரல் கொண்டு
நீ பறிக்க
இதுவரை நாங்கள் கண்டதில்லை
இப்படி ஓரழகிய மலரையென
மலர்க்கூட்டம் உரைக்க
புகழ் கேட்டு
உன் செவிமலர
பொறாமை கொண்டு
உன் செவ்விதழும் மலர
அதைக் கண்டு மலர்க் கூட்டமும்
மயங்கிச் சரிந்ததே.

36. படகு

மையிட்ட கண்ணை
கைவைத்து மறைத்திட
தெரிந்திட்ட பாகங்களை நேசித்திடவா
மறைந்திட்ட பாகங்களை யோசித்திடவா
தடாகத்தில் தத்தளிக்கும்
படகாய் என் மனம்.

37. சிகிச்சை

பார்வை அம்பை வீசி
பாழும் நோயில்
என்னை வீழ்த்தியவளே
நீ பாங்காய்த் தரும்
இதழ் ஒத்தடமே
என் நோய்
தீர்த்திடும் சிகிச்சையடி.

38. மலர்

விண்ணிலிருந்து மழையாய்
இறங்கி வந்தேன்
விருப்பத்தோடு உனைத் தீண்டிட
மலர்வாய் என்றெண்ணியே தீண்டினேன்
உன்னை தீண்டியதும்
ஏன் உதிர்ந்தாய் மண்ணில்.

39. நல்ல நாள்

எப்போதும் உடனிருப்பதால்
அத்தனை பிடித்தம் என்றெண்ணி
இத்தனை நாள் உடனிருந்ததோ
ஆறுதல்
ஆறுதலுக்கும் ஆறுதலாய்
இருக்கட்டும் என்றெண்ணி
ஓய்வு தந்த நாளில் கிட்டியது வெற்றி.

40. வரி

உன் உதட்டை
பூட்டி வையடி
அதன் வரிகளுக்கே
நீ வரிசெலுத்த நேரிடலாம்.

41. நட்பு

வேறொரு தாயின்
வயிற்றில் பிறந்தாலும் சமயங்களில்
சாய்ந்து கொள்ள
மடிதரும் தாய் நீ
இன்பத்தில் கை கொடுத்து
துன்பத்தில் தோள் கொடுத்து
குறும்புகளை ரசித்து
குறைகளை விமர்சித்து
குவலயம் மதிக்கும்
மனிதனாய் என்னை
மாற்றியது நட்பு.

42. மலர்கள் கேட்டேன் வனமே தந்தாய்

ஒற்றை மலரென
உன்னைக் கேட்டேன்
கற்றை மலர்களால்
உண்டான வனமாய்
உன் மொத்தக் குடும்பம் தந்தாய்
காடலைந்த வேடனெனக்கு
வீடென உள்ளம் தந்தாய்
வழிப்போக்கன் என் வாழ்விற்கு
வழிகாட்டினாய் நீயே
இத்தனை வளங்களை
இறைவனும் தரமாட்டான்
இத்தனையும் தந்ததால்
நீயே என் ஏக இறைவியானாய்.

43. அமைதி

சலசலத்து ஓடும் நதியின் ஓசை
கரைமீது விழுந்த சருகுகள்
உரசிடும் சத்தம்
அமைதியைத் தேடி
எங்கு சென்றாலும்
அங்கும் அமைதியைக் கலைக்கும்
ஏதேனும் ஒரு சத்தம்
அமைதியின் நிலையாமையை அறியாது
அமைதி நமக்குள்ளே உள்ளதென அறியாது
அமைதியென்றும் நிலைக்காது.

44. தனிமை

நிசப்தமாய் விசும்புகிறேன்
நிலவற்ற வானைத்
துணைக் கொள்கிறேன்
பசியில் தாயைத்
தேடும் பிள்ளையாகிறேன்
மிகப் பிடித்த
பாடலை முணுமுணுக்கிறேன்
குறுஞ்செய்திகளோடு
குடும்பம் நடத்துகிறேன்
நீ உடனில்லாத நாட்களில்.

45. வரிகள்

வரிவரியாய் எழுதுவதில்
பிழை நீ செய்தாலும்
திருத்திட நான்
முயல்வதில்லை
முயன்று தவறிக் கற்றலே
முயக்கத்தில் அழகு என்பதால்.

46. களிப்பு

பேசவியலா
தம்பதியின் பிள்ளை
முதன்முதலாய் ஒலித்திடும்
முற்றுப் பெறா சொல்
தந்திடும் களிப்பை
கூறிடச் சொல்லில்லை
குன்றா வளம் கொண்ட
அன்னைத் தமிழில் கூட.

47. கிறுக்குத் தனங்கள்

பன்மையிலிருந்து
ஒருமைக்கு மாறும்
விளிச் சொற்கள் மீண்டும்
பன்மை நோக்கி பயணிக்கும்
அன்பின் கிறுக்குத்தனங்களை
என்னவென்று சொல்வது.

48. சிறகொடிந்த பறவை

சிறகொடிந்த பறவை மீண்டும்
சிறகு முளைத்து
தத்தி தத்தி
பறந்திட முயலும் போது
விரிந்து கிடக்கும் விசும்பு
உயரப் பறக்கையில்
சிறிதாகிடுதே.

49. தாமரை

ஊர்க்குளத்தில் தாமரை
மலர்ந்திருப்பதாகப் பேச்சு
வந்து பார்த்தால்
இளஞ்சிவப்பு ஆடையோடு
நீ அங்கே
குளித்துக் கொண்டிருக்கிறாய்.

50. அழகு

ஆளைக் காட்டச் சொன்னால்
அழகைக் காட்டுகிறாயே என்றார்
உன் வீட்டிற்கு வழி கேட்டவர்.

51. வாசிப்பு

உன்னை வாசித்த பின்
என்னுள் பல
மாற்றங்கள் செய்தாய்
பழங்குடி என்னை பண்படுத்தினாய்
உன்னைப் புரட்டும்
ஒவ்வொரு வேளையிலும்
பரிமாணம் பல தந்தாய்
பரிணாமம் பெறச் செய்தாய்
வாழ்வெனும் வாகனம்
தடம் புரளுகையில் பக்குவம் செய்தாய்
இணைகோட்டுத் தண்டவாளமாய்
என் இடக்கை பற்றி வழிநடத்தினாய்
இமயமே தொட்டாலும்
இணைந்து பயணிப்போம் இறுதிவரை.

52. தனிமையின் நிழல்

புத்தகம் வாசித்தேன்
பூக்களை நேசித்தேன்
புதுமையை யோசித்தேன்
புரட்சியை சுவாசித்தேன்
அத்தனையும்
தனிமையின் நிழலில்.

53. தங்க மழை

கொன்றை மலரைக்
கொறித்துக் கொட்டி
தங்க மழை
பெய்யச் செய்யுதே அணில்.

54. பாழடைந்த வீடு

பட்டணத்து வாழ்வே
பகட்டான வாழ்வென்று
பாழாய்ப் போன
மனம் சொல்ல
பாங்குடன் பால்யத்தில் வாழ்ந்த
பழைய வீட்டை விட்டு
பட்டணப் பிரவேசம் செய்து
பாழாக்கி விடுகிறோம்
நம் பழைய வீடுகளை.

55. இருள்

அந்தகாரத்தில்
துயில்கின்ற மயிலே
நீ விடும் மூச்சுக்காற்று
குழல் வெளியிடும்
தத்தகாரமாய்
என் செவியை
தழுவும் போது
துயர்களை துகிலுரித்து
முகத்தில் மந்தகாசம்
மலரச் செய்கிறாயே.

56. கண்ணீர்

வெற்றிக்குப் பின்
வழிந்தோடும்
வியர்வையும் விழிநீரும்
உப்பாக இருந்தாலும்
அதரத்தில் படும்போது
மதுரமாகும்.

57. உவர் காணும் சுவர்

இரவின் ஏகாந்தத்தில்
கசியும் விழிநீரை துடைத்திட
புடவையோ போர்வையோ
மகளிர்க்கு கிடைக்காது
வழியும் விழிநீர்
சுவரை அடைந்திருந்தால்
உவர் கண்டு
விரிந்திருக்கும் சுவர்.

58. உதிர்தல்

மலரும் வரை காத்திருந்தாலும்
உதிர்ந்த பின்னர்
குப்பையாகவே ஒதுக்கும் சமூகம்
மலரானாலும் மயிரானாலும்.

59. சமரசமில்லாக் கவிதைகள்

வண்ண வண்ணக் கனவுகள் கண்டு
வாஞ்சையோடு எழுதிய
சம காலத்தோடு
சமரசம் செய்யவியலாக் கவிதைகள்
சவமாகிப் போகின்றன.

60. முத்தம்

அலிபாபா குகை போல
அத்தனை கடினமில்லை
உன் மௌனத்தை திறப்பது
உன் காதோரம் நானிடும்
ஒற்றை முத்தம் போதும்.

61. கடைநிலை ஊழியர்

ரசம் மறைந்து
சுயமிழந்து நிற்கும்
கண்ணாடியைப் போன்றது
பத்தாண்டுகள் பணிபுரிந்த
கடைநிலை ஊழியன் நிலை.

62. உள்ளங்கையில் உலகம்

உள்ளங்கையில் உலகமென
உலகமே எண்ணுகிறது
அலைபேசியை
காணொளிக் காட்சியில்
காண்பவை யாவற்றையும்
கையால் தொட்டு உணர முடியுமா
உண்பதைக் காணலாம்
ஊட்டிட முடியாதே
வங்கிக் கணக்கில்
அனுப்பிடும் பணம் எப்படி
நம் பாசத்தை
உணர்த்தும் பெற்றோருக்கு
உடனிருந்து செய்ய வேண்டியவை
அல்லவா கடமைகள்
சுயமிகள் ஒருபோதும் சுயமாகிடாது
அறிவியல் கண்டுபிடிப்புகள்
போலச் செய்திடும் அவ்வளவே
போலிகள் என்றும்
உண்மை ஆகிடாது.

63. கிடாவெட்டு

பலி கொடுத்து
பல்லிடுக்கில் சிக்கும்
அளவுக்கு கறி தின்று
பெருத்த ஏப்பம் விட்டு
வீட்டிற்கு வந்த பிறகு
வெறிச்சோடிக் கிடக்கும்
முளைக்குச்சியைப்
பார்த்துத் தாங்கவியலாது
புதியதொரு ஆடு பிடிக்கக் கிளம்பும்
கருணையை எண்ணி வியக்கிறேன்.

64. சாதிக்கயிறு

சாதிக்கொரு வண்ணத்தில்
கயிறு கட்டுவதை தவிர்த்து
சாதிக்க தடையாய் இருக்கும்
வர்ணத்தை கயிறால் கட்டு.

65. ரணம்

மனங்கள் இணையாமல்
மணம் கொண்டால்
இணையது இனிக்காது
கூண்டிலிட்ட பறவை போல
விடுதலை தேடும்
மனமின்றி மணம் கொள்ளுதல்
மனம் இல்லாதோரை
மணம் கொள்ளுதல்
ஆயுளைச் சிறையாக்கும்
மனம் ரணமாகும்.

66. ஆளுமை

அதிகார மட்டத்தில் நின்று
ஓங்கி ஒலிக்கும் குரலல்ல
ஆளுமை
குரலற்றவரின் அருகில் நின்று
அவர்தம் குறை நீக்க
குரல் விடுப்பதே
ஆளுமை.

67. மது

மதுவெனும் சுழலில் சிக்கி
மானமிழந்தான்
மாண்புமிழந்தான்
மணமிழந்தான்
மனமிழந்தான்
அத்தனையும் இழந்தான்
அவன் அடைந்தது
மரணத்தை மட்டுமே.

68. வாகை

வாகையின்
வால் விளிம்பைக் கூட
காண முடியாதென
காண்பவரெல்லாம் கூறியும்
கொண்ட முயற்சியை கொன்றிடாது
வெற்றிக் கனியை
கொய்த போது
விழியிலிருந்து கசிந்த
ஒற்றைத் துளி விழி நீர்
உண்மையில் தித்தித்தது.

69. கற்றல்

கற்றிட உண்டிங்கு
மண்ணில் ஆயிரம்
கற்றல் நித்தமும்
தந்திடும் ஒரு வரம்
கற்றலே
வாழ்வுப் பயிருக்கு
திடம் தரும் உரம்
வெற்றிக் கனிகளை
தந்திடும் அம்மரம்
செவிக்கு இனிதாய்
ஒலித்திடும் சுரம்

அடிகளைத் தாங்கிடும்
கல்லே சிலையாகும்
வணங்கிடும் இறையாகும்
இழப்புகளே இல்லாமல்
இன்பம் துய்த்தல்
இறைவனுக்கே
கிட்டிடாத வரம்.

70. ஆதிமனிதன்

வேய்ங்குழல் உரசி
உண்டான கனலில்
வெந்திட்ட கன்றை
தீண்டிய விரல்
சூடு தாளாது
சுட்ட விரலை
சூப்பியதில் அறிந்தான்
சமைத்த மாமிசச் சுவையை.

71. தீ

உள்ளத்தில் பற்றியது
காதல் தீ
ஊரை எரித்தது
சாதித் தீ
வழக்கை முடித்தது
அதிகாரத் தீ
வழக்கமாய் கொண்டது
அரசியல் தீ
அறியாமல் திரியுது
ஏழை சாதி
அறிந்திட வேண்டும் உனக்கு
அறிவுத் தீ..

72. தியாகம்

கனியின் ருசியை
சிலாகிப்பவர்
அறிவதில்லை
வேரின் தியாகத்தை.

73. பலியாடு

கைம்பெண்ணுக்கு
காட்டப்படும் கரிசனம்
பலியாட்டிற்கு நீட்டப்படும்
குலைக்கு ஒப்பானது.

74. துரோகம்

பிரியங்கள் குறைவது
சரியெனக் கொண்டாலும்
கரி பூசிட முயன்றால்
அரி முகம் காட்டுவதில்
தவறில்லை நரிகளிடம்
காரியக் கிறுக்கர்கள்
பிடித்தவரை
பிடித்த வரையில்
பிரியம் கொண்டாடி
பிடிக்காது போகையில்
பிடித்த அவரை
இடித்துரைத்தல்
காரியம் முடிந்த பின்
வீரியம் குறைத்தல் போலென
காரியக் கிறுக்கர்கள்
காலத்தில் அறிவரோ.

75. மின்வெட்டு

உன் விழிகளுக்குள்
ஆயிரம் மெகாவாட்
மின்சாரத்தை
வைத்துக் கொண்டு
இமைமூடி ஏனடி
மின்வெட்டைத் தருகிறாய்.

76. கற்பு

உள்ளத்தில் உண்டாகும்
ஒரு சொட்டுத் தீ
கற்பை அழிக்கும்
உடல் முழுக்க எரிந்தாலும்
கற்பை ஒழிக்காது
கற்பெனும் மாயை
உடல் தூய்மையல்ல
உள்ளத் தூய்மையே.

77. மேய்ச்சல்

நஞ்சிலும்
நான்குவாய் கடிக்கும்
வெள்ளாட்டின் மனநிலையோடு
மேய்கின்றன
பதின்பருவக் கண்கள்.

78. சைபர் கிரைம்

சைபர் வடிவ
கோழி முட்டையை
சைரன் இல்லாமல்
திருடித் தின்றது
சைபர் க்ரைமில்
எப்படி வரும்.

79. பாலம்

விளம்பரம் செய்யவும்
நோட்டீஸ் ஒட்டவுமா
நான் பிறந்தேன்
உங்கள்
அற்ப இச்சைகளுக்காக
என் அழகு மேனியை
கொச்சைப்படுத்தாதீர்
கால்நடையாய்ச் செல்லும்
கனவான்கள் களைப்பில்
ஒதுங்கிட இயலாது
கள் மொந்தைகளால்
என்னைக் கசடாக்காதீர்.

80. நம்பிக்கை

ஒப்பனை பூசி வரும்
உறவுகளிடம் பயமில்லை
சாயம் விரைவில்
வெளுக்கும் என்பதால்.

81. கருவாடு

தண்ணீரில் வாழ்ந்தாயா
கடல்தாயின்
கண்ணீரில் வாழ்ந்தாயா
உன் உடலெங்கும்
உப்புக் கரிக்கிறதே.

82. பயன்

பழத்தைத் தின்றுவிட்டு
பயன்படாது என்றெண்ணி
தூக்கி எறிந்த
புளிய விதைகளை
பருவமெய்திய நாளில்
பல்லாங்குழியாட
தேடித் திரிகிறோம்.

83. தவிப்பு

ஆண்டவனுக்கோ
ஆள்பவருக்கோ
தேவையில்லை
நம் ஆதரவு
ஆளுமை பற்றி
அன்பு ஒன்றை மட்டுமே
குறிக்கோளாய்க் கொண்டு
அறிவையும் ஆற்றலையும்
ஊட்டி வளர்த்த
அம்மைக்கும் அப்பனுக்கும்
தேவை நம் ஆதரவு.

84. ஆண்மை

இறுக்கத்திற்கும் உடைதலுக்கும்
இடையில்
தவிக்கும் என்னை
வாவென்று கூவி
வாரியணைத்து
ஆற்றுப்படுத்தும்
உன் தோள்களில் புதைகிறது
ஆண் எனும் ஆணவம்.

85. மணிமகுடம்

மணி மகுடம்
முடியேற மன்னன் மகன்
என்பது மட்டும் தகுதியில்லை
மணிமகுடம் சூடிய
அனைவரும்
மன்னன் மகனுமில்லை
தகுதியான தலையில்
இருத்தல் தான்
மணிமகுடச் சிறப்பு
தகுதியில்லான் தலைசேர்தல்
மணிமகுடத்திற்கே இழுக்கு.

86. முதிர்கன்னி

மார்கழிகள் பல கடந்தும்
என்
மார்கனியோ இனிக்கவில்லை
கோதையே
உன் போல் நானும்
பேதை நெஞ்சம் கொண்டு
பெருவாழ்வு பெற்றிடவே
பெருமாளை வணங்கி வந்தேன்
பேரிளம் பெண்ணானேன்
என் வம்சத்தில் நானே
முதல் கன்னி
ஊர் எனக்கு வைத்த
பெயர் முதிர்கன்னி..

87. தலைவி

தலைவனைத்
தேர்வு செய்ய
வரிசையில் நின்றேன்
வாக்குச் சாவடியில்

எதிர் வரிசையில்
நீ நின்றாய்
தலைவனைத்
தேர்வு செய்ய
வந்த இடத்தில்
தலைவி உன்னைத்
தேர்வு செய்தேன்

வாக்களிக்க வந்த நான்
வாக்குத் தந்தேன்
என் வாழ்க்கைத் துணை
நீ என்று.

88. பகடி

அரவத்தின் நிழலில்
இளைப்பாறிய நுணல்
நல்லநேரம் இந்நிழல்
இல்லையெனில்
எப்படித் தாங்குவேன்
கோடை வெயிலை என்றதாம்.

89. குடைக்குள் மழை

குடைத் துணியின்
நூலிழை விரிசல் வழி
உள் நுழைந்த மழைநீர்
நனைத்தது விழிகளை
இமைநீர் மழைநீரோடு கலந்து
எவரும் அறியாதென்
கவலையை கரைத்தது.

90. தவம்

சூல் கொண்ட வயிற்றின்
சுமையொரு புறம்
மடி முட்டி பாலருந்தும்
குட்டியொரு புறம்
புட்டத்தின் சுகந்தத்தில்
இணை சேர இம்சிக்கும்
மறியொரு புறம்
ஆட்டினமும் தவமிருக்கும்
ஆணினமாய் பிறந்திட.

91. அறிவொளி

எதற்கும் இங்கே
முடிவில்லை என்றுணர்ந்து
முற்றுப்புள்ளியை
காற்புள்ளியாக்கித் தொடங்கி
முழுதாய் அடையும் வரை
முயன்றிடுவோம் என்ற
அறிவொளியைப் பெற்றிடுவோம்.

92. ஆறுதல்

பட்ட காலிலேயே
படுவது கூட
ஆறுதல் தான்
மற்றொரு கால்
தப்பிப்பதால்.

93. கவர்ச்சி சுழல்

நடிகனின் பிறந்த தினத்தில்
ஏழைக் குழந்தைகளுக்கு
விலையில்லா நோட்டு வழங்க
நன்கொடை கொடுத்துவிட்டு
பணமின்றி வீடு திரும்பும்
தந்தையின் வருகைக்காக
காத்திருந்தான் மகன்
அன்று பள்ளியில்
வாங்கச் சொன்ன
இரண்டு வரி நோட்டு
வாங்கிடும் பணத்திற்காக.

94. முந்தானை

உன் முந்தானையோடு
விளையாடிய காற்று
முந்தானையை நீ
இடையில் செருகியதும்
இடையோடு விளையாடுகிறது.

95. மழலைகள்

முழுதாய் மலரும் முன்பே
மலரைப் பறித்து
சந்தைக்கு அனுப்புதல் போல
மூன்று வயதிலேயே
பள்ளிக்கு அனுப்புகிறோம்
மழலை மாறா பிள்ளைகளை.

96. வேலி

வெற்றிடத்தை
நிரப்பிச் செல்லும்
பாய்மம் போல்
என் இதயத்தின் வெற்றிடத்தை
நிரப்பிச் சென்றாய் நீ
காலி மனதை
கேலி செய்திடாது
இதயத்தின் உள் நுழைந்ததும்
வேலியிட்டாய்
பிறர் எவரும் கவராதிருக்க.

97. மனிதம் துளிர்க்கும்

கையறு நிலையில்
கைக் குழந்தையுடன் நின்ற
கைம்பெண்ணை
மணமுடித்து வைத்தார் தந்தை
தாயில்லாமல் வளர்ந்த
தன் மகனுக்கு.

98. மல்லிகை மணம்

முதுகுக் கரட்டின் மீது படர்ந்த
தென்னையின் கீற்றாய்
உன் குழல்
பந்தலாய் நிழல் தரும் குழலில்
துயிலத் துடிக்குதென்
மல்லிகை மனம்.

99. மலரல்ல விதை நீ

மலரொன்று நீ கேட்டாய்
மலர் வளையமே
நான் தந்தேன்

சூடத்தான் நீயில்லை
சூடித் தந்தவளே

மலரும் மலர்களில்
தேடுகிறேன்
உன் மலர் முகத்தை

உதிரா மலராய் இல்லாது
உதிக்கும் விதையாய்
இருந்திட்டால்
துதிப்பேனடி
உன்னை எந்நாளும்.

100. பேரொளி

இருண்ட வீடாய் இருந்த
என் மனதில்
உன் காதலெனும்
குடும்ப விளக்கால்
பேரொளி தந்தாய்
சஞ்சீவி பர்வதச் சாரலே
பாண்டியன் தந்த பரிசே
நீ தந்த
எதிர்பாராத முத்தத்தால்
இயங்குதடி என் வாழ்வு.

101. அம்பேத்கர்

சமூக ஏற்றத்தாழ்வை
நீக்கிய சமத்துவச் சூரியன்
அறியாமை இருள்
நீக்கிய விடிவெள்ளி
சிந்தனை மாரி
பொழிந்து சென்ற
நீல முகில்
கல்வியால் சிகரம் தொட்ட மாமனிதன்
ஒற்றுமையின் உன்னதம் விளக்கிய
உயர் கலைஞன்
புரட்சியின் பூரணம்
உணர்த்திய பூ நெஞ்சத்தவன்.

102. பிம்பச்சிறை

அபிமான நடிகனின்
திரைப்பட வசூல்
கோடிகளில்
கோலாகலமாகக் கொண்டாடிய
ரசிகனின் வீடு
கோணிப் பையே.

103. குன்றிமணி

குறையேதும் இல்லா
குன்றிமணியே
பிறையிலும் உண்டு கறை
என அறிவாயா
உன் குணமதைக்
கண்ட பின்பே
என் குலமகளாக
ஏற்றேன் கண்ணே
குடிலோ குன்றோ
வாழ்விடத்தில் இல்லை
வாழும் விதத்தில் உள்ளது
வாழ்க்கைத் தரம்.

104. ஆசிரியரின் மனம்

பிரசவித்த பெண்ணின் மனம்
வளையொலிக்கு ஏங்குவது போல
விடுமுறை நாட்களில்
குழந்தைகளின் ஒலியைக் கேட்க
விரும்புகிறது ஆசிரியரின் மனம்.

105. நத்தையின் மகளே

அத்தைக்குப் பிறந்தவளே
தொட்டால் மலராமல்
தொட்டால் சுருங்குகிறாயே
நீ என்ன
நத்தைக்குப் பிறந்தாயா.

106. கடலோரக் கவிதைகள்

கடலன்னையே
கரை மீது நிற்குமெனக்கு
கற்பிக்கிறாய் வாழ்வினை

கற்றை அலைகளை
கட்டுக் கட்டாக அனுப்பாது
ஒற்றை அலையை
ஒவ்வொன்றாய் அனுப்பி
கரை தழுவிச் செல்லும் போது
தொடர்ந்து உடனிருப்பது மட்டும்
உறவல்ல
தொடர்பில் இருப்பதே
உறவென்று சொல்கிறாய்

கண நேரத்தில்
மறைந்திடும் என்றறிந்தும்
கரம் அள்ளி களிப்புறுகிறோம்
நுரைப்பூக்களால்
அது போல் கடந்து போ
வாழ்வின் தருணங்களை
களிப்போடு என்கிறாய்

பிறப்பில் இல்லை
உயர்வு தாழ்வு
உழைப்பாலே வரும் உயர்வு
ஆழ்கடலில் பிறந்தாலும்
அலையால் கரை ஒதுங்கினாலும்
ஒருபோதும் மதிப்பு குறைவதில்லை
சிப்பிக்குள் உதித்த
முத்துக்கு என்கிறாய்

அலை பிறக்கும் கடலோ
அலை ஒதுங்கும் கரையோ
கவி படைக்க
கவிஞர்க்கு உதவுவது போல
வறுமையிலும் செழுமையிலும்
வறியவர்க்கு உதவிடு என்கிறாய்.

107. உன்னோடு நான்

முன்பின் அறிந்ததில்லை
முகமதைப் பார்த்ததில்லை
முற்பிறப்பு உறவுமில்லை
மூதாதையர் வழியுமில்லை
இடையர் ஒருவர் - நாம்
இணையராக விரும்புபவர்
உன்னை நகல் செய்த
நிழற்படத்தை தந்தார்
நிழலின் தண்மைக்கே
உறைந்து போன நான்
நிசத்தின் வெம்மையை
எங்ஙனம் தாங்குவேன்
என்று அஞ்சினேன்
என் நிழற்படம் பார்த்த நீ
அனுப்பினாய் குறுஞ்செய்தி
உன்னோடு நான்
என்னோடு நீ
இருவரிக் கவிதையில்
இதிகாசங்கள் கூறினாய்
வள்ளுவன் இந்நாளில்
வாழ்ந்திருந்தால்
வாசுகி என்றிருப்பான் உன்னை
உன் இரு வரிக் கவிதைக்கு
தந்திருப்பான் தன்னை.

108. கர்வம்

சார்ந்திருத்தலே
உலக உயிர்களின்
வாழ்க்கை நியதி
பேதை மனிதர் கொள்வர்
தான் என்னும் வியாதி
பிறரை மதித்திடாத அகந்தை
வாழ்வை ஆக்கிடுமே கந்தை.

109. முத்தம்

காமத்தின் வெளிப்பாடு
கலவி அத்தியாயத்தில்
முதல் ஏடு
இச்சையில் உச்சமாகும்
அச்சத்தில் மிச்சமாகும்
விலகையில் துச்சமாகும்
பிரிவினில் எச்சமாகும்
எச்சிலும் அமிர்தமாகும்
கூச்சக் கச்சையது
களவு போகும்
தென்றல் பரிசத்தில்
சைவமாகும்
புயல் தாக்குதலில்
அசைவமாகும்
இது சேதாரமில்லா சூறாவளி
சேர்வது தாரமாக
இருப்பதே நல்வழி
இரத்தமில்லா யுத்தத்தில்
சத்தமில்லா முத்தமும்
ஒரு வகை
இது சல்லாப சமர்
சற்றே இளைப்பாறி அமர்.

110. ஆண் - பெண் நட்பு

நிறைசூலியின் கவனத்துடன்
சுமக்கிறேன் நம் நட்பை
என்றேனும் ஒருநாள்
பாலின ஈர்ப்பினால்
பனிக்குடம் உடைந்து
காதலெனும் குழந்தை பிறக்கலாம்
அதற்காக ஏன் அச்சம்
கதறி ஓலமிடு
வெள்ளப் பெருக்கில்
கடல்மீன் ஏரிகாண வருவது
இயல்பென்றாலும்
நன்னீரில் மீன் விடும் கண்ணீர்
மீன் மட்டுமே அறியும்
உப்புக்கரித்தாலும்
உவகை தரும் வாழ்வு
கடல்நீரில் தான் கண்மணியே.

111. பட்டாசுத் தொழிலாளர்கள்

நெருப்பென்றால் அஞ்சுவோரிருக்க
நெருப்போடு தான்
எங்கள் வாழ்வே
அலுமினியப் பவுடரில்
அரிதாரம் பூசினோம்
கரித்தூசியை
கவசமாய்க் கொண்டோம்
பச்சிளம் குழந்தைக்கு
சீனிவெடியினாலே
சீனித்தண்ணி வைத்தோம்
வெடிகளை எண்ணியே
கணிதம் கற்றோம்
வெடியைத் தவிர
வேறேதும் அறியவில்லை
லேபிள்களில் இறைவி முகம் அறிந்தோம்
அட்டைகளில் நடிகைகளின்
அழகை உணர்ந்தோம்
விபத்து நெருப்பில்
விலையில்லா உறவுகளை இழந்தாலும்
பசி நெருப்பை அணைக்கவும்
சந்ததியின் லட்சிய தீயை
எரியச் செய்யவும்
வெயிலோடு வெயிலாய் கலந்தோம்

பட்டாசுத் தொழிலை
உயிராய் உணர்ந்தோம்
வளி மாசை அறிந்தும்
எங்கள் வலி நீக்கும்
வழி கிடைக்கும் வரை
வாழ்ந்திடுவோம் நெருப்போடு
வளர்த்திடுவோம் எங்கள்
பிள்ளைகளை பொறுப்போடு.

112. தாய்ப்பால்

செல்வம் தேடி
சென்ற இடங்களில்
உண்மைச் செல்வமான
தம் மக்களை எண்ணி
தகப்பன் சுரக்கும் விழிநீர்
அவனளவில் தாய்ப்பாலே.

113. ஆணவக் கொலை

விரும்பிய வாழ்வைத் தேடி
வழிமாறிப் போனது
மறியொன்று

மறியின் உரிமையாளன்
மறியோடு மேய்ப்பனுக்கும்
விருந்தெனும் குலை நீட்டி
அழைத்து வந்து
பசி நீங்கி
துயில் கொண்ட
நிசியில் பலியிட்டான்
தீ வைத்து

ஒற்றை தீக்குச்சியால்
பற்ற வைத்த தீயில்
இரண்டு ஜோ(தி)தீக்கள்
கலந்தன மரணத்தில்.

114. சொல்வன்மை

விடையளிக்க
விரும்பிடாத
வினாக்களை கேட்டுவிட்டு
விடை தா
விடை தாவெனக் கூவிடும்
வீணர்கள் அறிவதில்லை
விடையேதும் கூறாமலிருப்பதே
விடைதானென்று
வினாக் கேட்பதே
வித்தை என்றெண்ணி
வீண் பேச்சு பேசுவோர்
விதுரரே வந்துரைத்தாலும்
விளங்கிடாது
விதண்டாவாதமே செய்வர்.

115. விலைமாது

கன்னி என்னை
நீ இறுக்கையில்
கன்னித்தான் போகிறேன்
சதை கிழிப்பதில்
கசாப்புக் கடைக்காரனின்
கண்ணியம் கூட
இல்லை உன்னிடம்
இரை பிடிப்பதில்
கழுகிலும் கயமை
கொண்டவன் நீ
உதிரப்போக்கு நாட்களிலும்
என் அதரம் சுவைத்தவன் நீ
இரா பகல் பொழுதுகளோ
மறை வெளி இடங்களோ
உன் இச்சைக்காக
கொச்சையாக்கினாய்
என் மேனியை
உயிரமுது ஊட்டுமிடமும்
உனக்கது சதைப் பிண்டமே
கருவறை நுழைவாயில்
உன் அகராதியில் அண்டமே
மாதெனக்கு விலை
நீ தருவதால்
விலை மாது நானானேன்.

116. பசை

பாவுக்குள் பசையின்றி
அறுந்து போன
நூலைப் போல
அறுந்து போயின
பல உறவுகள்
பணமெனும் பசை இல்லாததால்.

117. காகித தினம்

காகிதத்தில் காடு வரைந்த
கல்லூரி இளைஞனுக்கு
பசுமை காப்பான் பட்டம்
காய்ந்த இலையொன்று
தாய் மரம் பிரிந்த ஏக்கத்தோடு
வேடிக்கை பார்த்தது
பட்டமளிப்பு விழாவை.

118. குறை

கறை படிந்த கண்ணாடி
தெளிவின்றி தான்
நம் பிம்பத்தைக் காட்டும்
கண்ணாடியின் கு(க)றையை அறியாது
பிம்பத்தின் குறைக்காக
மனக்கவலை கொள்கிறோம்
கண்ணாடி போல் தான்
சில உறவுகளும்
கறை கொண்ட மனதோடு
நம்மை அணுகி
குறை மட்டுமே சொல்வர்.

119. பரிசம்

பாகைகள் பல மாறினாலும்
பரிசத்தில் குறைவில்லை
மதநீர் பெருகி
மாரியாய்ப் பொழியும்
உச்ச தருணமதில்
கெச்சட்டம் போட்டு
கேவலை மறந்தது மனது.

120. அகந்தை

பொட்டும் பூவும்
குறும்பும் குறுநகையும்
கருவிழியும் கன்னமும்
கட்டி வைத்த கார்குழலும்
காரிருளில் என்னை
லயிக்கச் செய்த
கதைகள் பல சொன்னதால்
கர்வம் கொள்ளுதடி
கதிரவன் வந்து
புலரும் பொழுதில்
அகந்தை மறையுமென்பதை
அவற்றிடம் நான்
எப்படிச் சொல்வேன் சகி.

121. அந்திமம்

சுய இன்பம் போல
அத்தனை எளிதில்லை
சுய மரணம்
சுயம்புகளாய்
பலர் வாழும் மண்ணில்
சுய விருப்பத்தோடு
அத்தனை வேகமாய்
தன் அந்திமத்தை
தேடுவது ஏன்.

122. அகிம்சை

உடைந்த பொம்மைகளோடு
மட்டுமே விளையாடும்
பொம்மை விற்பவனின் குழந்தை

சாயம் வெளுத்த
ஆடைகளை அணியும்
நெசவாளனின் குழந்தை

அடுத்த வேளை
உணவிற்காக ஏங்கும்
உழவனின் குழந்தை

எழுதிட கரிக்கோல்
இல்லாமல் தவிக்கும்
எழுத்தாளனின் குழந்தை

சமூகத்தின் ஏளனங்களுக்கு
எதிராக வாழக் கற்ற
இவர்கள் நமக்கு
கற்பித்தனர் அகிம்சையை.

123. கலவி

எனதன்பை உனதன்பு
மேவும்போது
வெளிச்சமும்
வெட்கம் கொள்கிறது
பின்னிரவிலும்
பின்னல் நீள்கிறது
கும்மிருட்டிலும்
நாணம் நாணுகிறது.

124. நிலையாமை

உன் இன்பங்களை
கூட்டிப் பார்
அதன் கூட்டுத்தொகையாக
நானிருப்பேன்

கழித்தல் என்பது எதிர்மறையல்ல
உன் பலவீனங்களை
கழித்திடும் பகலவன் நானடி

பெருக்கல் குறியை
தவறென்று தவறாக எண்ணாதே
பெருகிவரும் என் அன்பை
வேறெப்படி நான் சொல்வேன்

வாழ்வின் நியாயங்களை
வகுத்துப் பார்
ஈவாக அங்கு நானிருப்பேன்

உன் வாழ்வின்
ஒரு பகுதியென
என்னை நீ நினைத்தாலும்
பின்னத்தில் பகுதியே
முழுமையென்று உனக்கு
பதிலுரைப்பேன்

காதலர்கள் நிலைக்காது போனாலும்
காதல் என்றும் நிலையானது
உன் மீது நான் கொண்ட
காதலைப் போல.

* 9 7 8 9 3 5 5 3 3 4 0 9 1 *

FCW - #0204 - 061026 - C0 - 216/140/7 - PB - 9789355334091 - Matt Lamination